ህጻኑ ኢየሱስ... መሲህ

የጽሑፍ አዘጋጅ ጃኒስ ዲ. ግሪን
ሥዕል በቫኦሌት ቪ. ቬንደር

Honeycomb Adventues Press, LLC

Published by Honeycomb Adventures Press, LLC,
PO Box 1215, Hemingway, SC 29554.
http://honeycombadventures.com

ISBN: 978-0-9820886-4-7

Original English text © 2021, 2020, 2012 by Janice D. Green
Illustrations © 2021, 2020, 2012, 2011 by Violet Vandor
Translation © 2022 by Henok Estifanos

በዚህ መጽሐፍ ውስጥ የሚገኙት የመጽሐፍ ቅዱስ ማጣቀሻዎች በቀጥታ የተወሰዱ ጥቅሶች ሳይሆኑ፣ ነገር ግን ልጆች ስለ ኢየሱስ ክርስቶስ ልደት ይረዱ ዘንድ ለማገዝ በደራሲው ቀለል ተደርገው የቀረቡ ናቸው።

መብቱ በህግ የተጠበቀ ነው። በሕግ ከተፈቀደው በስተቀር የትኛውም የዚህ መጽሐፍ ክፍል በማንኛውም መልኩ ወይም በኤሌክትሮኒክ ሆነ ሜካኒካል፣ እንዲሁም በፎቶ ኮፒ መቅዳት፣ ማባዛት ወይም በማንኛውም የመረጃ ማከማቻ እና ማግኛ ሥርዓት ሊባዛ ወይም ሊተላለፍ አይችልም።

መሲሀ፡፡ እግዚአብሔር ለአይሁድ ህዝብ ይጠብቁት የነበረውን ታላቀ ንጉስ፥መሲሀ እንደሚልክ ቃል ገብቶ ነበር፡፡ በመቶዎች ለሚቆጠሩ ዓመታት ይጠብቁ ነበር፡፡ እግዚአብሔር የአይሁድን ሕዝብ የእርሱ ልዩ ሕዝብ አድርጎ መርጧቸዋል፡፡ የአይሁድ ህዝብ እግዚአብሔርን በታማኝነት በሚያመልኩ ጊዜ፥ኃይለኛ ህዝብ ይሆኑ ነበር፡፡ ነገር ግን እግዚአብሔርን በሚረሱ ጊዜ ደካሞች ይሆኑ ነበር፡፡

ደካማ በሆኑበት ጊዜ የሮማ መንግስት የአይሁድን ሕዝብ ተቆጣጠራቸው፡፡ የሮማ ወታደሮች ይገዟቸው ነበር፡፡ የአይሁድ ሕዝብ መሲሕ መጥቶ ከሮማውያን እንዲያድናቸው ተስፋ ያደርጉ ነበር፡፡ መሲሁ በቅርቡ ህጻን ልጅ ሆኖ በዝምታ ይመጣል፡፡

~~~~~~

አንድ ሰው አለቃ ቢሆንባችሁ ምን ይሰማችኋል? ልዩ ለሆነው ሕዝቡ ምን አይነት ንጉስ የሚልክ ይመስላችኋል?
~~~~~~

ዘካሪያስ እና ሚስቱ ኤልዛቤት መሲሁን ይጠብቁ ነበር። እነርሱ አርጅተው ነበር፤ልጆችም አልነበሯቸውም። አንድ ቀን ዘካሪያስ በቤተመቅደስ ውስጥ ብቻውን ነበር፤እግዚአብሔርም ገብርኤል የተባለ መልዓክ ወደ እርሱ ላከ። መልዓኩም ኤልዛቤት ወንድ ልጅ እንደምትወልድ እና ስሙንም ዮሐንስ እንደሚሉት ነገራት።

"ዮሐንስ ባደገ ጊዜ፤" ገብርኤልም "ህዝቡ መሲሁን ይቀበል ዘንድ እንዲዘጋጅ ያደርጋል" አለ።

ዘካሪያስ ገብርኤልን ሊያምነው አልቻለም። ኤልሳቤት ልጅ የምትወልድት ጊዜ አልፏል ብሎ አሰበ። ዘካሪያስ ገብርኤል ያመጣው መልዕክት እውነት መሆኑን እንዲያረጋግጥለት ጠየቀው።

ገብርኤል የእግዚአብሔርን ቃል ስላላመነ ዮሐንስ እስኪወለድ ድረስ ምንም ቃል መናገር እንደማይችል ለዘካሪያስ ነገረው።

~~~~~~

አንድ ሰው መጥቶ አንዲት አሮጊት ልጅ ልትወልድ ነበር ቢላችሁ ታምናላችሁን? ዘካሪያስ መልዓኩ ስላመጣው መልዕክት ቃል ሳይናገር ለሚስቱ እንዴት ነገራት ብላችሁ ታስባላችሁ?
~~~~~~

ኤልዛቤት ዮሴፍ ለተባለ ሰው የታጨች ማሪያም የተባለች ወጣት ዘመድ ነበራቻት። ናዝሬት በተባለ ከተማ ውስጥ ይኖሩ ነበር። ከስድስተ ወራት በኂላ መልዓኩ ገብርኤል ዘካሪያስን ጎበኘው፤ እግዚአብሔርም ገብርኤልን ናዝሬት ወደምትኖረው ማሪያም መልዕክት ላከው።

ገብርኤልም ወንድ ልጅ እግዚአብሔር እንደሚሰጣት እና እርሱም መሲህ እንደሚሆን ለማሪያም ነገራት! ማሪያምም "ትዳር ሳልይዝ እንዴት ልጅ ልወልድ እችላለሁ?" ብላ ጠየቀች። ገብርኤልም የእግዚአብሔር መንፈስ ልጅ እንደሚሰጣት ነገራት።
ማሪያምም ንጉስ የሆነውን የእግዚአብሔርን ልጅ ልትወልድ በመሆኗ ተደሰች።

~~~~~~

ልዩ የሆነ ሥራ እንድትሰሩ ተመርጣችሁ ታውቃላችሁን? ምን ተሰማችሁ?
~~~~~~

ገብርኤል ዘመዷ ኤልዛቤት ልዩ የሆነ ልጅ እንደምትወልድ ለማሪያም ነገራት። ስለዚህ ማሪያም ኤልዛቤትን ለመጎብኘት ረጅም መንገድ ተጓዘች።

ኤልዛቤት የማሪያምን ድምጽ ስትሰማ፤ ልጇ በውስጧ ዘለለ! ኤልዛቤትም፤ "አንቺ ከሴቶች መካከል የተባረክሽ ነሽ፥ የጌታዬ እናት ወደ እኔ ትመጣ ዘንድ እንዴት ይሆንልኛል? ከጌታ፤ የተነገረላት ቃል ይፈጸማልና ያመነች ብፅዕት ናት።

~~~~~~

ማሪያም እና ኤልሳቤት አንድ የሆኑት በምን አይነት መንገድ ነው? እንዴትስ ተለያዩ? ለምን ማሪያም ኤልሳቤትን ለመጎብኘት ሄደች ብላችሁ ታስባላችሁ? ልዩ የሆነ ዜና ሲኖራችሁ ለማካፈል የምትፈልጉት ሰው ማን ነው?
~~~~~~

ማሪያም ኤልሳቤት ጋር ለሦስት ወራት ተቀመጠች። ህጻኑ ዮሐንስ እስኪወለድ ድረስ ማሪያም ኤልሳቤትን ለመርዳት በቂ ጊዜ ነበር። መጽሐፍ ቅዱስ ማሪያም ህጻኑ ዮሐንስን ስለማየቷ አይናገርም።

ማሪያም ከኤልሳበት ዘንድ በቆየችበት ጊዜ፤ህጻኑ በማህጸኗ ውስጥ እያደገ ነበር። ወደ ናዝሬት በተመለሰችበት ወቅት፤ሰዎች ልጅ ልትወልድ እንደሆነ ማየት ችለው ነበር። ማሪያም እንዳለገባች ያውቁ ነበር። ዮሴፍም አላወቀም ነበር። አሁንስ ሊያገባት ይገባ ነበርን?

~~~~~~

ምንም ጥፋት ሳታጠፉ ተሰድባችሁ ታውቃላችሁን ? እንዴት ተሰማችሁ? ሰዎች ማሪያምን ተመልክተዋት እርስ በእርሳቸው ክፉ ነገሮችን ስለ እርሷ ሲያወሩ ምን ይሰማት ነበር ብላችሁ ታስባላችሁ?
~~~~~~

ዮሴፍ ምን ማድረግ እንዳለበት አያውቅም ነበር።

እግዚአብሔር በህልሙ መልዓክ ወደ እርሱ ላከ፤መልዓኩም የማሪያም ልጅ የእግዚአብሔር ልጅ ነው አለው። እርሷን ማግባት እንዳይፈራ መልዓኩ ለዩሴፍ ነገረው። ልጁንም ኢየሱስ ብላችሁ ትጠሩታላችሁ አለው።

ስለዚህ ልጃቸው ኢየሱስ ልዩ የሆነ ልጅ እንደሆነ በማወቅ ማሪያም እና ዮሴፍ ተጋቡ።

~~~~~~~~~~~~~~~~~~~~~~~~~~~~~~~~~~~~~~~

እግዚአብሔር አንድ ነገር እንድታደርጉ እንደሚፈልግ ተሰምቷችሁ ያውቃልን? እግዚአብሔር ለእናንተ ከሚናገርበት ጥቂት መንገዶች ምንድ ናቸው?
~~~~~~~~~~~~~~~~~~~~~~~~~~~~~~~~~~~~~~~

የሮማው ገዢ አውግስጦስ ቄሳር የህዝብ ቆጠራ ለማድረግ ፈለገ። እያንዳንዱ ሰው ከመቶ አመታት በፊት ቅድመ አያቶቻቸው ወደሚኖሩበት ከተማ መሄድ እንዳበት ተናገረ። አውግስጦስ ቄሳር በሮማ ግዛት ውስጥ ምን ያህል ሕዝብ እንደሚኖር ማወቅ ፈልጎ ነበርና።

ይህም ማለት ማሪያም እና ዮሴፍ ይቆጠሩ ዘንድ የዮሴፍ ቅድመ አያቶች ይኖሩበት ወደነበረው ቤተልሔም መሄድ ይኖርባቸው ነበር። ንጉስ ዳዊት ከዮሴፍ ቅድመ አያቶች አንዱ ነበር።

ማሪያም መድከም ጀመረች። ልጇን የምትወልድበት ጊዜ ደርሶ ነበርና። ቤተልሄም ከናዝሬት ሰባ ማይልስ ነበር። ምናልባት የሚሄዱበት አህያ ይኖራቸው ይሆናል። ከሌላቸው ደግሞ በእግራቸው መሄድ ይኖረባቸው ነበር።

~~~~~~

ማሪያም እና ዮሴፍ ለቀናት በእግራቸው ወይም በአህያ ሲጓዙ ምን ተሰምቷቸዋል ብላችሁ ታስባላችሁ? በጣም ደክሟችሁ ነገር ግን ማቆም ወይም ማረፍ ያልቻላችሁበትን ጊዜ ታስታውሳላችሁን?
~~~~~~

ማሪያም እና ዮሴፍ ወደ ቤተልሔም በመጡ ጊዜ በርካታ ሰው የሚያርፍበትን ስፍራ ለማግኘት ሲጣደፍ ተመለከቱ፡፡ እነርሱም ከሌሎች ከተሞች ለመቆጠር የመጡ ነበሩ፡፡

ማሪያም እና ዮሴፍ ሌሊቱን የሚያሳልፉበት ማረፊያ ስፋራ ማግኘት አልቻሉም ነበር፡፡ አከባቢውን ሲመለከቱ የእንስሳት የመኖሪያ በረት አገኙ፤ከዚያም በዚያ ተመቻችተው ለመቆየት የሚችሉትን አደረጉ፡፡

~~~~~~

ለጉዞ ወጥታችሁ እናታችሁ ወይም አባታችሁ ማረፊያ የሚሆን ቦታ አጥተው እና በጣም መሽቶባችሁ ያውቃልን? ምሽቱን የሚያሳልፉበትን ስፍራ ባያገኙ ምን ማድረግ ይኖርባችኋል?
~~~~~~

ኢየሱስ በእንስሳት ማቆያ በረት ውስጥ ተወለደ። ማሪያም ህጻኑን በጨርቅ ጠቀለለችው። ህጻኑ ኢየሱስ አልጋ ያስፈልገው ነበር፤ማሪያምም በጋጥ ውስጥ ስፍራውን አስተካከለችለት። ጋጥ እንስሳቱ እንዲመገቡ ሳር የሚሞላበት ነው።

ሳር የሚዋጋ ነው፤ እና በዚያም ጥቃቅን ትሎች ሊኖሩ ይችላሉ። ነገር ግን ማሪያም እና ዮሴፍ ለህጻኑ ኢየሱስ ሊያደርጉ የቻሉት ምርጡ ነገር ያ ነበር። እንስሳቱ ህጻኑ እነርሱ በሚመገቡበት ጋጥ ውስጥ መተኛቱ ሳያስደንቃቸው አልቀረም።

~~~~~~

በዚያ ሌሊት ህጻኑ ኢየሱስ ተወለደ፤ መስክ ላይ የነበሩ እረኞች በየምሽቱ እንደሚያደርጉት በጎቻቸውን ይጠብቁ ነበር። ነገር ግን ይህ ምሽት እንደሌሎቹ ምሽቶች አልነበረም።
~~~~~~

በዚያ ሌሊት ህጻኑ ኢየሱስ ተወለደ፤ መስክ ላይ የነበሩ እረኞች በየምሽቱ እንደሚያደርጉት በጎቻቸውን ይጠብቁ ነበር። ነገር ግን ይህ ምሽት እንደሌሎቹ ምሽቶች አልነበረም።

አንድ መልዓክ ተገለጦ በዙሪያቸው ላይ አበራ። እረኞቹ በጣም ፈርተው ነበር፤ነገር ግን መልዓኩ "አትፍሩ። ለሕዝብ ሁሉ የሚሆን የምስራች አለኝ። በዚህ ምሽት መሲህአችሁ ተወልዷል። ህጻኑ በቤተልሔም በእንስሳት መመገቢያ ጋጥ ውስጥ ተኝቶ ታገኙታላችሁ" አላቸው። ከዚያም በርካታ መላዕክት ሰማዩን ሞልተው እግዚአብሔርን ያመሰግኑ ነበር!

~~~~~~

የእግዚአብሔርን መልዕክት ይዞ የመጣውን መልዓክ ከሰሙ እረኞች መካከል አንዱ ብትሆኑ ምን ይሰማችሁ ነበር? በመጽሐፍ ቅዱስ ታሪክ ውስጥ እግዚአብሔር ለአንድ ሰው መልዕክት ለማስተላለፍ መልዓክ የተጠቀመው ለምን ያህል ጊዜ ነው?
~~~~~~

እረኞቹ ወደ ቤተልሔም ፈጥነው ሲሄዱ መልዓኩ እንደተናገረው—ህጻኑ ኢየሱስ በግርግም ውስጥ ተኝቶ አገኙት። ይህንን አስደናቂ ነገር ለራሳቸው ይዘው መቀመጥ አልቻሉም፤ ከዚያም የሆነውን ሁሉ ላገኙት ሰው ለመናገር ፈጥነው ሄዱ።

በዚያ ዘመን በርካታ ሰው አረኞች ጥቅም አልባ እንደሆኑ ያስብ ነበር። እነርሱ የሚኖሩት ከበጎች ጋር ነበርና። መጥፎ ሽታ ይሸቱ ነበር፤ምክንያቱም ለመታጠብ የሚሆን ብዙ እድሎችን አያገኙምና።

ነገር ግን እግዚአብሔር እረኞች ዋጋ እንዳላቸው ያውቅ ነበር። ስለዚህ እግዚአብሔር መሲሁን ለመጀመሪያ ጊዜ የሚያዩ እና የምስራቹን የሚያበስሩ እረኞች እንዲሆኑ መረጣቸው። ዛሬ ምን ያህል ሰዎች ያምናቸዋል ብለን እናስባለን።

~~~~~~~~~~~~~~~~~~~~~~~~~~~~~~~~~~~~~~~

እረኞቹ ህጻኑ ኢየሱስን ሲመለከቱ ምን የተሰማቸው ይመስላችኋል? ከእረኞቹ እንደ አንዱ ብትሆኑ ኖሮ፤ኢየሱስን ለመያዝ ትፈልጉ ነበር ወይስ መሲህ የሆነውን ህጻን ለማቀፍ በጣም ቆሻሻ እንደሆናችሁ ታስባላችሁ?
~~~~~~~~~~~~~~~~~~~~~~~~~~~~~~~~~~~~~~~

በሩቅ ምድር የሚኖሩ ከዋክብት የሚያጠኑ ጠቢባን ሰዎች ነበሩ። በአንድ ምሽት በጣም እንግዳ የሆነ ኮከብ ተመለከቱ። በዚህ ልዩ የሆነ ኮከብ የተነሳ፤አይሁዳዊው መሲህ እንደተወለደ አወቁ። እነዚህ ጠቢባን ሊያመልኩት ፈለጉ፤ስለዚህ በመቶዎች የሚቆጠሩ ማይሎችን በግመሎች ወደ አይሁድ ምድር ለመጓዝ አቀዱ።

አዲሱ ንጉስ የት እንደሚገኝ ለመጠየቅ የይሁዳ ዋና ከተማ ወደሆነው ኢየሩሳሌም ሄዱ፤ ነገር ግን ማንም ጥያቄአቸውን ሊመልስላቸው አልቻለም። ካህናቱ ቅዱሳን መጽሐፍትን ተመልክተው የነብዩ ሚኪያስ መጽሐፍ መሲሁ ትንሽ ከተማ በሆነችው ቤተልሔም እንደሚወለድ የሚናገረወን አገኙ።

~~~~~~

ከቤተሰባችሁ ጋር ምን ያህል ርቀት ተጉዛችሁ ታውቃላችሁ? እዚያ ለመድረስ ግመሎችን ተጠቅማችሁ ቢሆንስ?
~~~~~~

ጠቢባኑ ህጻኑን ንጉስ ለማግኘት ወደ ቤተልሔም ፈጥነው ወጡ፡፡ ምን ያህል አስደሳች ነው! ወደ ሰማይ ቀና ብለው ሲመለከቱ ከበርካታ ወራት በፊት የተመለከቷትን ልዩ የሆነች ኮከብ ተመለከቱ፡፡ በዚህ ጊዜ ኮከቧ ከፊታቸው እየቀደመች ትሄደ ነበር፤እነርሱም ይከተሏት ነበር፤ከዚያም ማሪያም፤ዮሴፍ እና ኢየሱስ ያረፉበት ቤት ጋር ቆመች፡፡ እንደ ሁሉም ህጻን፤ጠቢባኑ እሱን ለማየት በተጓዙበት ረጅም መንገድ ኢየሱስ እያደገ ይሄድ ነበር፡፡

ጣቢባኑ ኢየሱስን ሲያዩ፤ተንበርክከው አመለኩት፡፡ ለትንሹ ንጉስ ውድ የሆነ የወርቅ፤እጣን እና ከርቤ ስጦታዎችን አቀረቡለት፡፡

ሰዎች መሲህ የሆነው ህጻኑ ኢየሱስ ሲያድግ ምን ይመስላል ብለው ያስቡ ነበር? ሮማውያንን በሃይል ያስወጣቸዋልን? ኢየሱስ በይሁዳ አገልግሎቱን ከመጀመሩ በፊት ሠላሳ ይሆነዋል፡፡ በርካቶች ይወዱታል፤ነገር ግን ሌሎች ደግሞ ይጠሉታል፡፡

~~~~~~

ጠቢባኑ ወደ ኢየሱስ ያመጡት ስጦታዎች የመጀመሪያዎቹ የገና ስጦታዎች ናቸው፡፡ በገና የምናከብረው የማንን የልደት ቀን ነው? በእርሱ የልደት ቀን ለኢየሱስ ስጦታ የምንሰጠው እንዴት ነው?
~~~~~~

በመጽሐፍ ቅዱስ ታሪኮች የተዘጋጁ የአልጋ ልብሶች— የቤተሰብ ሥራ

ስለ መጽሐፍ ቅዱስ ታሪኮች ያለዎትን መደነቅ ለልጅዎ ለማካፈል አስደሳቹ መንገድ በመጽሐፍ ቅዱስ ታሪኮች የተዘጋጁ የአልጋ ልብስ መፍጠር ነው፡፡ የልጅዎ አልጋ የመጽሐፍ ቅዱስ ታሪኮችን በሚናገር ስዕሎች የተሸፈነበትን የአልጋ ልብሶች አስቡ፡፡ ልጅዎ አንዱን እንዲሁም ሌላውን ስዕል በማመልከት እና ታሪኮቹን እንደገና ለመስማት ሲጠይቅ ማየት ተችላላችሁን? ይህ በ www.BibleQuilts.com የሚገኘው በመጽሐፍ ቅዱስ ታሪኮች የተዘጋጀ የአልጋ ልብስ ራዕይ ነው፤እህት ድህረ ገጽ ደገሞ Honeycomb Adventures Press, LLC የተሰኘው ነው፡፡

ሃኒኮምብ አድቬንቸር ቡክስ በአዕምሮ ውስጥ ባለ የቀለም መጽሐፍ ቅዱስ ታሪኮች የተዘጋጀ አልጋ ልብስ የተወጠነ ነው፡፡የካሬውን ስዕላዊ መግለጫዎች በነጭ የጥጥ ጨርቅ ብሎኮች ላይ ይፈልጉ እና በከለር እርሳስ ይቀቡ፡፡ ከዚያም ሰሙን ለማስወገድ እና ቀለሙን ቋሚ ለማድረግ ጨርቁን በፎጣዎች መካከል በማድረግ በጋለ ካውያ ይጫኑ፡፡ (ተጨማሪ የተጠናቀቁ መመሪያዎችን ከ www.biblequilts.com ያግኙ)

በቤተሰብዎ የመጽሐፍ ቅዱስ የአልጋ ልብስ ፕሮጀክት ውስጥ ጥቅም ላይ እንዲውሉ ወይም ለቤተክርስቲያንዎ በመጽሐፍ ቅዱስ ታሪክ የተዘጋጀ የአልጋ ልብስ ለመስራት በዚህ መጽሐፍ ውስጥ ያሉትን ምሳሌዎች ለመፈለግ ወይም ለመቃኘት ፈቃድ ተሰጥቷል፡፡

http://honeycombadventures.com/amharic-links/
የይለፍ ቃል Ethio123

www.biblequilts.com www.honeycombadventures.com

ስለ ደራሲዋ፡

ጃኒስ ዲ. ግሪን መጽሐፍትን ለመጻፍ ከአንደኛ ደረጃ ትምህርት ቤት አቃቤ መጽሐፍት ጡረታ ወጡ። ለሕጻናት ሦስት የመጽሐፍ ቅዱስ ታሪክ መጽሐፍትን አሳትማ በሦስት ቅርፀቶች፤ባለቀለም የስዕል መጽሐፍት፤የማቅለሚያ መጽሐፍት እንዲሁም በኮምፒዩተር የሚነበቡ መጽሐፍት እንዲቀርቡ አድርገዋል። ፍላጎቷ ልጆች በሚረዱት እና በሚደሰቱበት መንገድ ሙሉውን ታሪክ በመንገር የመጽሐፍ ቅዱስን ንባብ ማሻሻል እና ወላጆችም ለእነርሱ በማካፈክ መማር ይችሉ ዘንድ ነው።

ስለ ሰዓሊዋ፡

ቫዮሌት. ቫንደር ከልጅነት እድሜአቸው ጀምሮ ለዓለም ስነ ጥበብ እና ስነ ጽሑፍ ፍላጎት አደረባቸው። በሮማኒያ፤ሃንጋሪ፤ዩናትድ ስቴትስ አሜሪካ፤ካናዳ እና እንግሊዝ ከ50 በላይ የሚሆኑ መጽሐፍትን አሳትመዋል። ለመጽሐፍ የሚሆኑ ስዕላዊ መግለጫዎች፤ንድፎች፤የቁም እና ምናባዊ ልብ ወለድ በማዘጋጀታቸው 7 ዲፕሎማዎችን ባገኙበት እ.ኤ.አ ከ2016-2018 በጃፓን በተደረጉ ዓለም አቀፍ ውድድሮች ላይ ታትፈዋል። “ዘ ስሪ ስቶንስ ሮዝስ” የተሰኘው ተረት ከ2018 ጀምሮ በዴቫ አርት ቲያትር ተዋናዮች በታልቅ ስኬት ሲተወን ቆይቷል። በ2020 ፒንኪ ኤልፍስ ሪልም የተሰኘ የነጻ የኢንተርኔት መጽኤት ስርጭት ጀመሩ። በሃንጋሪ እና ሩማኒያ ቋንቋ የሚሰራጭ ነው። ድህረ ገጻቸውም: http://violetvandor.simplesite.com/

ዮናስ፤ፈሪው ነበይ የተሰኘውን መጽሐፍ በአማርኛ በማንበባችሁ ተደሰታችሁን? ሃኒኮምብ አድቬንቸርስ ፕሬስ፤ LLC ተጨማሪ መጽሐፍትን በአማርኛ ማዘጋጀት ይፈልጋል። ነገር ግን አብዛኛው ኢትዮጵያውያን መግዛት በሚችሉት መጠን እነዚህን መጽሐፍት አሳትሞ ለማቅረብ የህትመት እና የማጓጓዣ ወጪው በጣም ከፍተኛ ነው። መጽሐፍቶቹን ማቅረብ የምንችለው የገንዘብ ድጋፍ የምናገኝ ከሆነ ብቻ ነው።

ለወደፊት በአማርኛ የሚቀርቡ መጽሐፍትን መደገፍ የምትችሉ ከሆነ፤እባክዎ በሚከተለው ማስፈንጠሪያ ያግኙን፡

www.honeycombadventures.com/amharic-ministry/

www.ingramcontent.com/pod-product-compliance
Lightning Source LLC
Chambersburg PA
CBHW060531010526
44110CB00052B/2568
* 9 7 8 0 9 8 2 0 8 8 6 4 7 *